Cúi Hôn Lên Tuổi Đã Từng

Cúi Hôn Lên Tuổi Đã Từng
lục bát và những bài thơ khác | Nguyễn Quốc Vỹ

nhà xuất bản Nhân Ảnh ấn hành lần thứ nhất – 2025

thiết kế bìa & dàn trang: Công Nguyễn
đọc bản thảo: Phi Nhi
ISBN: 979-8-3482-5866-5

copyright © 2025 by Nguyễn Quốc Vỹ

NGUYỄN QUỐC VỸ

Cúi hôn lên Tuổi Đã Từng

thơ

Nhân Ảnh

*cắp tay ẩn ngữ vào đời
lận lưng huyền bí sao trời mật ngôn
úm ba la chốn mù sương
vừng ơi! hé ánh thiên đường bén chân*

mục lục

thông cáo chung   13
vì sao, lục bát? [vào tập]   15

- lục bát   21
  vài nét vào đời   23
  giản đơn   25
  thơ ấu về tây   26
  hành trang   27
  sẽ nghìn sau   28
  trước ngưỡng ba mươi   29
  biếm họa   30
  trang sử lấm lem   31
  thời thần tiên   32
  từ một nơi xa   33
  hồi tưởng một chớp mắt   34
  di chúc của địa cầu   35
  trò chơi   36
  đón tuổi   37
  hồi tưởng   38
  hồi tưởng II   39
  tự do   40
  danh tính   41
  đề tên vết đau   42
  lao xao   43

tương lai kí ức	44
vết sâu	45
vì	46
bong bóng	47
ngọt	48
cô đơn bất thành	49
về	50
khúc quanh	51
dự cảm rời	52
bội phản	53
chim nhại	54
tranh tối sáng	55
thực đơn siêu thực	56
vọng âm	57
cần thiết	58
bụt	59
thăm bụt	60
quán thế âm	61
đ. ơi những ngày không đâu	62
gìn chút trong veo	63
tháo gỡ	64
truy tầm quá khứ	65
uổng công	66
nguyện cầu	67
dấu hỏi hành tinh	68
kí thác	69
thấp thỏm	70
bừng mộng	71
trong phiên tòa kẻ cô đơn	72
nghe mưa	73
cắc cớ	74
cớ siêu độ lắm không may	75

khánh kiệt	76
điểm tựa	77
ru em như thể ước tôi mộng lành	78
học quên	79
dự phần	80
chân dung	81
tinh khôi	82
điểm trang	83
lời cho khoảng trống	84
chỉ dấu ngày xanh	85
lo toan	86
trầm	87
ru mình	88
điểm tâm	89
giấc muôn trùng	90
bò ngang	91
thon thót giấc	92
gót nhẹ ngang đời	93
nên cánh thiên thần	94
chốn dung thân	95
tự thán	96
dư hương	97
yên ca	98
kiềng tục lụy	99
phác họa thế hệ	100
hồn đông phương	101
chỗ cho câu trả lời	102
phác họa đối diện	103
lan man mưa	104
nhập đề thời đại	105
sảy mộng	106
mặt sau bờ hi vọng	107

hiện trường cơn buồn   108
ghi chú bình minh sau đại dịch   109
khấn nguyện   110
mím môi hay một trả lời   111

- ... và những bài thơ khác   113
  chỗ trong đời   115
  lời nói dối   118
  mộng   120
  đổi thay   121
  vẩn vơ   122
  giữa hoang tàn hoài niệm   123
  định nghĩa em   126
  tàn phai   128
  linh hiển   129
  dỗ mình   130
  sài gòn ngày trở lại   131
  con chưa xế bóng mẹ mau xa   134
  hạnh ngộ   136
  dòng thú tội thay lời bạt   137

- vài ghi nhận [trung thực] từ bạn đọc   139

THÔNG CÁO CHUNG

1. Chống chỉ định với các đối tượng:
 - Có mối thù truyền kiếp với văn chương.
 - Bài trừ Chủ nghĩa lãng mạn.
 - Gai mắt trước hình thức cũ kĩ.
 - Rạch ròi giữa "danh từ chung" và "danh từ riêng".
 - Mang tâm trạng phấn khởi hoặc có dấu hiệu "tăng động".
 - Bận công việc.
 - Mau chán, dễ bỏ cuộc.
 - Đọc cho vui hay đọc để biết tác giả viết gì.
 v.v…

2. Liều lượng và cách dùng:
 - Mỗi lần 1 bài (có ngoại lệ), không vượt quá 5 bài/tuần và không dùng liên tục ba tuần.
 - Khuyến khích sử dụng vào ban đêm, kèm nhạc tâm trạng.

3. Lưu ý:
 - Trong tình thế bất khả kháng, hãy bắt đầu hai mục chính từ dưới lên.
 - Không có hình ảnh mang tính chất minh họa.
 - Không được đặt sản phẩm gần lửa hoặc các chất dễ gây cháy, nổ khác.
 - Không còn lưu ý nào lưu ý, nếu có lưu ý để lưu ý sẽ bổ sung lưu ý vào lưu ý mà lưu ý sau.

Sản phẩm không kèm hàng khuyến mãi.

VÌ SAO, LỤC BÁT?

Nhiều người vẫn cho rằng, trên bờ luống tuổi, người ta mới thực trở về sự giản đơn – giai đoạn mà chuyện bay nhảy, nhọc công suy nghĩ đã ra điều xa xỉ. Ngay từ những dòng thơ vụng dại đầu đời, trò chơi chữ nghĩa đã đóng con dấu lên vầng trán một kẻ-ngây-dại đang gắng sức nhón gót, xác tín con đường hắn sẽ nối dài, đáng chán. Cuộc cờ này, tỉ số như được dàn xếp từ đầu.

Giữa mênh mông, tôi chọn lội dòng ngược. Không choàng cương vị người khai phá cô độc. Chả xuất hiện dưới ánh hào quang tiếng nói quan trọng giữa môi trường phẳng lặng rặt khuôn mặt giọng điệu sao chép nhau. Lại càng chẳng bước chuyển mình vươn người giũ sạch thành quả nhọc công gây dựng. Tôi là kẻ cũ càng, xin chú thích: không bảo thủ. Tôi đọc, tiếp nhận đủ thể thơ. Bản thân tôi, thích thành thật trước những rung động vi tế rồi bật ra con chữ thật tự nhiên, theo điệu vần tính nhạc, ráp nhau tạo nên trang viết mang số từ số câu ngắn dài đã nằm khuôn khổ.

Lục bát, bầu khí quyển dân tộc Việt Nam. Thể thơ này, sống đời đủ lâu, chứng kiến bao thăng trầm cùng sự tàn nhẫn của thời gian. "Nó" gọi mời các "tín đồ" sẵn sàng khai phá, chấp nhận được đâm sầm đào xới đến cùng tận. Chính bởi sự đồng hành đầy hứa hẹn từ những cây bút giàu sức thể nghiệm, đã mở ra khoảng trời phong phú, chưa thời đại nào "tẩy" được thể thơ lục bát đã bám rễ vào tiềm thức người Việt. "Nó" bình thản kinh qua bao trào lưu văn nghệ, bao cuộc tranh luận cái cũ-cái mới,... Mặc cho ai đóng cửa hồn mình trước các hình thức mới mẻ, thậm chí tuột hậu, lạc nhịp với tiến trình phát triển của thơ ca, thì lục bát sẵn sàng ở lại, "vớt" nhau cùng đi.

Tôi chọn lục bát vì muốn gợi cảm giác quen thân, gần gũi qua đặc trưng thể loại mà tìm được tri-kỉ-thơ cho mình. Tập thơ mới này, được tôi xếp đặt bố cục khác tập thơ năm 2020. Tôi không chia cả tập thành từng cụm mang tính bó buộc nội dung, tôi chỉ thao tác giản đơn là bóc tách các bài thuộc thể lục bát đứng chung và các bài thuộc thể khác đứng chung.

Tiền thân *Cúi Hôn Lên Tuổi Đã Từng*, là bản thảo bị từ chối duyệt, dù mới nhón vào "vòng gửi xe" ở Việt Nam. Tôi không mảy may chút cảm xúc cay đắng nào, trái lại, tôi thầm cảm ơn sự từ chối, nhỡ cuốn đấy được in chính qui, e tôi không tránh khỏi hổ thẹn, lại phải tạo dị bản cho cả thơ mình.

Quá nửa những bài hiện diện tại *Cúi Hôn Lên Tuổi Đã Từng* vốn không có tên. Chúng nằm trong mục ghi chú điện thoại, thuộc nhóm *Những Vần Thơ Đêm Khó Ngủ*, từ ngắn đến rất ngắn, tôi đánh số theo trình tự thời gian chúng nên dạng. Cạnh đó, chừng mười bài, lại được rút từ một tập thơ khác, tôi hoàn tất năm 2018, cũng với những con số làm nhan đề; vì những lí do, tôi chỉ có thể bấm bụng ghép chung vào tập thơ này, chấp nhận mất đi tinh thần nguyên bản tôi phác thảo.

Ra sức giãi bày, tôi chỉ muốn thưa cùng quí bạn đọc, nếu xem nhan đề là một dạng chỉ dấu và rập khuôn tuần tự mổ xẻ, phân tích, e sẽ gặp những bài vượt khỏi quĩ đạo đường bay trí tưởng tác giả tính toán. Tôi rất sợ việc đặt tên, cái tên quá cỡ với tầm vóc tác phẩm, là cái nguy không nhỏ cho tác giả nói chung và đối tượng đang nằm trên bàn cân nói riêng. Tên quá gợi lại làm mất đi sự tò mò, thôi thúc khám phá. Tên gọn lỏn khiến tuột cảm xúc háo hức mong chờ. Thậm chí, tôi từng suy nghĩ soạn một tập thơ-tùy-nghi-đặt-nhan-đề, hoặc giả loại hẳn mục lục được xem là tủy sống, hay đưa nó vào giữa cuốn sách hòng tạo chút lao-động-cưỡng-ép cỏn con cho độc giả, để họ có giây phút đồng hành cùng người viết, lại không cần hao tốn nhiều năng lượng chất xám.

Năm 2020, khi quyết định tái bản *Gom Nhặt Thành Con Sông và những bài thơ mới*, tôi có phần mạnh miệng, hùng hồn quả quyết: Gom Nhặt Thành Con Sông và những bài thơ mới *chào đời, đồng nghĩa tôi sớm khép lại con đường thơ của mình*. Tình cảm, *tấm lòng tôi dành cho thơ đã cạn và nguội lạnh, hay như nhà thơ Huy Cận từng viết: "Quanh quẩn mãi giữa vài ba dáng điệu" (QUANH QUẨN). Biết mình cứ quanh quẩn chưa tìm thấy lối, thà không thêm được gì mới khác cứ lui về lặng im "luyện chưởng" rục rịch chuyển mình, còn hơn cố chấp lún vào vũng lầy hình bóng cũ, cứ vẫy vùng chưa biết được cứu không, hay chỉ thấy mình càng chìm dần, chìm dần...*

Đọc lại lời tựa cũ hòng giảm thiểu trùng lặp lời tựa mới, tôi hơi chững và sượng, khác nào tập thơ tôi đương sửa soạn táng hẳn cú trời giáng vào quá khứ đâu! Tôi xin trình nụ cười, biện hộ cảm hứng thơ, giây phút nào đó, tạt qua chỗ tôi một chốc. Nhân tiện, tôi tranh thủ ủ nó lên men, để một mai nhìn lại, còn đắm say ít nhiều thời tuổi trẻ đi qua.

Cúi Hôn Lên Tuổi Đã Từng sẽ chẳng ra hình hài hiện tại, nếu thiếu vắng bao đôn đốc, khích lệ từ bạn bè khi tôi mới chỉ mớm ý nghĩ sẽ phổ biến một ít thơ mình sau vài năm ngỡ đã "dứt đường chim bay" với thơ ca. Không lạ lắm vẻ hứng khởi nơi bạn bè ngày tôi quay phắc chuyện đoạn tuyệt thơ ca. Nhìn rộng hơn, bất cứ hành động nào, mình hỏi ý thì chẳng bao giờ bạn bè làm chùn bước, cản đường, trái lại luôn động viên bản thân cố gắng hiện thực hóa càng sớm càng tốt, miễn bản thân thích là được! Cảm ơn Th. H., thường hằng hỏi tôi về thành phẩm hơn bất kì ai. Lắm lúc tôi ta thán việc chọn chữ, giậm chân tại chỗ mỗi một từ, một câu, chật vật sửa miệt mài,... Th. H. bảo tôi "hoàn thành chứ đừng hoàn mĩ, hãy cứ hoàn thành hài lòng tương đối thôi là được rồi", để còn dồn tâm sức cho những điều những việc dang dở chồng chất.

Hiếm có vui thú nào khiến tôi miệt mài, say mê như ngày tháng soạn bản thảo *Cúi Hôn Lên Tuổi Đã Từng*. Nó đồng hành cùng tôi trên những con đường quen thuộc, trong quán cóc, dưới tàng cây sân chùa, khoảnh sân nhà thờ, trên băng ghế đá bệnh viện, ngang qua các đám cưới – đám tang,… Tôi không biết mai đây thi pháp thơ tôi có sự biến chuyển ra sao, hiện thời, trong khả năng, tôi vẫn đang giảm sự ngại ngùng cho tương lai lúc đọc lại, lúc nhớ về nhất có thể!

Trước và sau, tôi vẫn chỉ sắm vai kẻ-chép-lời-tình. Cái tinh thần lãng mạn, có đánh chết, tôi chưa thể rốt ráo gột sạch. Tôi trân trọng mời bạn bước vào tập thơ và, hãy bao dung với sự non nớt, mỏng mảnh của *Cúi Hôn Lên Tuổi Đã Từng*.

Sài Gòn, Tiết Thanh minh, 2024
Nguyễn Quốc Vỹ

LỤC BÁT

vài nét vào đời

nhập đề
sống cho đoạn tháng, qua ngày
dù chán chết vẫn là mây ngang đời.

vỡ lòng nỗi đau
nhà trông ra đám đưa tang
lá vàng canh nắp áo quan: buông mình.

thần chú
giống loài ngày một mong manh
mau tươi lên sắp hóa thành chiếc gai!

dặn mình tuổi mới
vài câu chuyện rúc xa xăm
xin đừng táy máy: lên dằm chiêm bao.

thực hành
vân vê chứng tích đời mình
chỉ mươi mùa lá đã kinh hoàng về.

ngã ngựa
khi xưa ta bé, ta xinh
khi còn thơ dại nên tin vĩnh hằng.

trực giác
cầm bàn tay vẽ mai sau
gió du hí vuốt ngang đầu, sởn lưng.

sinh tồn
một câu hỏi rất hiện sinh
hôm nay ăn, với phần nhìn: sẽ sao…?

giản đơn

khuấy li đen đá, đắng tan
đời huyên náo trượt theo tàn thuốc thơm
là là làn khói lưu hương
ước gì giây phút bình thường bấu vai.

thơ ấu về tây

chuồn chuồn cánh mỏng trên tay
cả miền thơ ấu về tây, dậy rừng
cúi hôn lên tuổi đã từng
xin muôn non nớt tin mừng tái sinh.

hành trang

tôi lông bông tôi lông bông
chạm ba mươi vẫn còn trông trống nhiều
chỉ phòng thân vỏn vẹn điều
tinh thần tròn trước bao nhiêu đổ dời.

sẽ nghìn sau

em nghịch sáng chỗ tôi ngồi
như thường lệ vẫn rạc rời ngó nhau
gần thêm chút sẽ nghìn sau
chớm hơi hướm
           đã nhuốm màu mang mang...

trước ngưỡng ba mươi

mòn phần tư thế kỉ qua
vẫn tôi, một dáng kiết già thơ ngây
nhìn đời, ngắm đất, ngó mây
hôm vừa tầm đã lắng đầy hoang vu

nụ cười kí thác nghìn thu
phận ngoan non tuổi, còn ngu ngơ tìm
trong bao la cuộc nổi chìm
tôi nương con nước im lìm, thẳm sâu

trôi về đâu, tôi về đâu...

biếm họa

phần đôi lợn, phần tư trâu
hòa tan nguyên liệu ra màu sắc tôi
cộng dồn dị hợm ngoài nôi
bảy dềnh ba lắng, cuộc chơi: bắt đầu!

đi, chưa tỏ sẽ về đâu
bước chân lấy lệ mở ngào ngạt hương
đến kì triệt thói bông lơn
hoặc chưng hửng những ngả đường,
                                    ngẩn ngơ

quay mòng thân cát bụi mờ
tôi... loang dưới trướng cơn mơ nhẫn tàn.

trang sử lấm lem

bữa em ầng ậng mắt nhòe
lấm lem thành sử lập lòe tôi đêm
thẫn thờ quấn bước như nhiên
âm thầm chấm phá
                nghiêng nghiêng điếng hồn

nổi nênh mụ mị bãi dồn
quờ tay bắt chẹt vài con nhện gầy
tơ giăng chưa trọn tuổi ngày
làm tầm ngắm chán chê bầy hai chân

bầy hai chân dễ có thân
khi yên tâm tạm, khi bần bật run
lững lờ bản án không trung
dây thòng lọng miết quanh vùng nói năng

theo đà đá tự do lăn
mài môi nhẵn thín ăn năn hé lòng
trót mời sương tiệp vầng hồng
lên mây khói mở giấc nồng, mông mênh.

thời thần tiên

lại là tôi... lại là tôi
ươm cơn chướng khí, sống đời lỏng dây
ngang tàng xuyên những cụm mây
thời hồn nhiên sượt qua tay, ngã nhào

có làm sao... có làm sao
quen liều ê ẩm kích đau bất thình
chỉ thêm vết xước thân hình
thịt xương dẫu nát, chẳng tinh thần mòn

bình yên nắn mãi chưa tròn
tàn hơi đổi chỗ vun khôn lớn người
mai sau chợt lạnh câu cười
áp lên góc trái tim nơi trở về...

từ một nơi xa

vừa tầm, vuông vắn, nhỏ xinh
tên người nhận: hóa ra mình; ai đây?
từ khung gửi không đủ đầy
hân hoan lưng lửng, chùng tay bóc trần

dịch lên, xuống, trái, phải, gần
chưa yên tâm, đẩy trước tần ngần buông
củ hành cay mắt người dưng
huống gì sự thật rêm từng sắc hoa.

hồi tưởng một chớp mắt

bụi bay vào mắt, một chiều
chừng vô lượng kiếp ùa theo giọt lành
trong sát na vỡ tan tành
một neo đậu mọn vươn mình thành hoa.

di chúc của địa cầu

từ trong lòng cốc sủi tăm
nhấp môi thế giới âm thầm loãng tan
trước ngày mắt bão mở toang
xin lần xanh lá huy hoàng đóng băng.

trò chơi

chen làm sao nổi với người
vé thông hành cạn lượt mời chuyến xuôi
đương ì ạch chẵn mấy mươi
giam đời bé dại cười rồi khóc đây

con diều no gió, đứt dây
bụng còn chỗ chứa những ngày ấm êm
cả vàng son trải gót tiên
lúc thôi phẳng lặng, hồn nhiên luyến trần

hiu hiu thốc áo lạnh gần
tay quờ quạng cõi chưa thân: nhập trò.

đón tuổi

tập quên ngày đón tuổi mình
nghĩa trang ngắn đoạn, dọn bình minh phai
sẽ thành kí ức một mai
nằm trong kỉ niệm tạm vài kết thân

đóa đàm tiếu chẳng phân vân
trên khuôn gian dối gieo gần, nở xa
thay phần mộ lót đá hoa
không suy suyển trước phôi pha cuộc đời

tập quên ngày sảy trò người
như quên tiếng khóc đầu môi lọt lòng
như quên chúc tụng lời hồng
ngọt ngào dưới gót long đong phúc lành

phong lì xì đỏ – vàng – xanh
mừng so vai chốn bao ranh mãnh mời
tập quên đón tuổi rạng ngời
cái teo tóp đợi, nỗi côi chút chờ

ngoan con mắt rước mộng hờ
kim đồng hồ điểm đủ giờ, cũng... thôi
tập quên sinh nhật, tôi ơi
áng mây đã dáng mẹ rồi – sá chi!

hồi tưởng

cái hôm em khóc ngon lành
tôi ngây như phỗng, hồn nhanh cánh chuyền
liền thân tiếng hót u huyền
thay bàn tay nắm chẳng nên một đời

nhẹ nhàng thôi... nhẹ nhàng thôi
sà len lén chỗ tôi ngồi, có em
khâu giùm bao khó gọi tên
với khe khẽ chạm sẽ hiền vết thương

thấy sao non nớt lạ thường
những may rủi vốn lót đường bước êm
chừa cho tôi nhé, bình yên
nếu thành chiếc lá, rụng riêng chân người...

hồi tưởng II

cái hôm em khóc ngon lành
tôi trơ thành một chấm than lửng trời
nguôi anh dũng dọc ngang đời
nhấm chung đắng mặn trước người cả tin

tôi và những đắn đo em
xuôi chia sớt mọn, dẫu riêng biệt nhiều
bờ thơ ngây đón chân chiều
lần mong manh chợt, trót khêu lòng trần

ngày khua tiếng hát xa dần
bầy trong trẻo nối thanh xuân chững mùa
vọng âm tươm mật lặng tờ
chiêm bao căng mọng, vẫn khô cạn hồn.

tự do

nốt hôm nay nhé, buồn tôi
rồi theo sông suối cất lời tự do
bao chuyện bé xé ra to
long trời lở đất lại trò nít ranh

chốn mênh mông mình mỏng manh
chân dung các đấng rình tranh, định phần
trong lòng tay khắp thánh thần
ai từng đã khuấy động lần rạng tên…?

danh tính

dưng, thèm chếnh choáng một mình
để ra minh triết đền bình minh câm
cay xè cùng lối từ tâm
mở thần thông vuốt môi thâm rạng lời

hiên ngang trang trọng chỗ ngồi
hồi sinh danh tính tủi thui thủi bầy
chiêu hồn phách lạc chân mày
so dây, gãy lại nhịp đầy mắt trong.

đề tên vết đau

theo mùa, bao lá trôi xuôi
cái còn vương vướng cũng rồi ngoảnh đi
đẩy lời len lén bờ mi
cho vô ngôn một lần ghi thành dòng.

lao xao

khêu trời rớt giọt mù mai
thấy tai ương lặng nương vài gót mây
thấy mây đôn đốc đọa đày
thấy em nít nhỏ xòe tay vui thầm

thấy chiêm bao dột chỗ nằm
giữa hiên đời ủ vết bầm dập xưa
thấy em hiển hiện dưới mưa
tưởng tôi còn đó ngày khờ khạo duyên

chim liền cánh vỗ huyên thiên
tôi tha thẩn nhặt những phiền muộn rơi
khêu trời xuống ẩn thương người
nhòe lên tầm với, xa xôi ngõ vào

nghe nắng nặng gõ nhịp chào
chân em có lụt chốn lao xao lời.

tương lai kí ức

chúng ta ít nhỉ, buồn chung
hẳn gìn nhau chút sáng trong rạc rời
lắm không như ý trần đời
thả theo từng dáng điệu môi dịu dàng

ôm ăm ắp cuộc nhỡ nhàng
cạn phù phiếm nhọc đường hoàng khóe sâu
khói sương choàng kiếp sống nhau
nét nguyên sơ vẫy ngày sau ân cần

cảm ơn những sút tinh thần
khi lên u ẩn, ánh thân thuộc về.

vết sâu

em như trái chín trên cây
tôi chưa hái được: vẫn ngày đương xanh
mai kia mốt nọ, trái lành
sẽ quay mặt tránh người giành cho cam

ví dầu muối mặn không gian
chỉ xin ủ dột, dịu dàng vết sâu…

vi

bàn tay hứng hạnh phúc đời
chớ lau hờn tủi đua đòi nghe, vi
và, con mắt tội tình chi
đôi khi đuối giữa dòng chì chiết đau

vui nào dễ có, dành sau
giọt buông thánh thót phin sầu cổ cao
đơm êm ái chốn lao xao
chắt chiu từng ngụm ngọt ngào kiếm môi

xuôi theo cơn đắng ngắn người
vi ơi, sẽ gặt nụ cười bình minh.

bong bóng

se se hơi lạnh tàn mưa
dư âm sầm sập cập bờ hiển linh
thả bao la xuống thu mình
dang đêm trệu trạo mối tình thần chùng

chiều loang chân sáo lưng chừng
vỡ muôn nghìn lí ngập ngừng chiếc ôm
hất mình vươn lớn khôn hơn
tay rồi lỏng lẻo không cơn cớ gì

trôi theo tặng phẩm xuân thì
cách chi bói nổi một li gợn dòng.

ngọt

em chìa nắm kẹo trong tay
đón tôi, đứa trẻ khát ngày ấu thơ
viên đường dẫn dụ ngu ngơ
dẫu bao nhiêu tuổi, vẫn mơ ngược dòng...

cô đơn bất thành

tuổi thơ chẳng có con sông
chọn lao ùm xuống sâu dòng mắt nhau
trên bờ tuồng nổi không đâu
nơi ngân ngấn hẳn sẽ màu khá hơn?!

trong thăm thẳm tỏ nguồn cơn
ngăn giàn giụa một-cô-đơn bất thành
yên nào... kẻo chiếc ôm tan
miên man mãi chốn lầm than, ích gì...?

về

về đâu? tan giấc phiêu bồng
mưa khoan thai nhỏ, người trông phút dừng
thú đi xa nuối thương rừng
chim bay luyến tổ, người từng xót chưa?

mộng vàng theo vết đón đưa
tàn cơn ấm áp đã vừa nắng lên
bình yên chờ bão dông quên
ngói phai hình bóng bước êm êm ngày

tôi ngồi, tay với tầm mây
tầng cao kỉ niệm đủ dày tháng năm
quanh co trong cõi thăng trầm
nhớ hương tóc ngắn thả lầm than tôi.

khúc quanh

quàng chi nước mắt vai tôi
qua cơn âm ỉ, cũng rồi hiểu ra
ừ... thì là... vẫn chỉ là
chụm đầu để những xót xa luân hồi.

dự cảm rời

nhiều không thành lướt qua vai
chỉ trong một sáng, tận hai đớn hồn
lơ ngơ năng hỏi thăm dồn
sẽ là thắng đậm, hoặc trơn điểm về

tôi thương thảo hết xuân thì
đến bàn tay trắng. còn đi?! lặng thầm.

bội phản

bất giác sờ túi, rỗng không
như đời sống chảy chẳng trông đợi mình
hụt hơi theo những vô tình
trán tròn vẹn chữ vô hình hộ thân.

chim nhại

con chim tập hót giọng trầm
chừng thong thả nhại xuống lầm lỗi tôi
không thìa vàng ngậm chào đời
chén canh chuyển bến hằn môi sớm nhòa

tôi na kí ức mù lòa
tàn dư tiền kiếp ú òa... vỡ tim!

tranh tối sáng

người đà một nách hai con
tôi một nách với dăm lon có cồn
nhờ đơm xây xẩm lạc hồn
dễ hòa thời đại dại khôn giấu mình.

thực đơn siêu thực

điểm tâm thức giấc giản đơn
lũ chim ríu rít siêng vờn cành cây
trời trong gió vuốt mặt mây
thân sơ nhỏ nhẹ chìa ngây nụ ngời

trưa, xuôi phố rộn ràng đời
nắng co người thả êm đôi vai mòn
vài mong ước mọn vuông tròn
bao khăng khít gãy đoạn còn chờ nhau

tan tầm vơi mắc cửi sâu
nơi tìm về hứa hẹn câu lịm hồn
niềm may sau tiếng cửa dồn
trẻ thơ hòa giọng vẳng ngôn từ hiền

trùm chăn mưa xuống trăm miền
giọt lành lạnh gửi chút duyên cuộc trần
phẳng phiu mối ngổn ngang gần
nhiều khi hạnh phúc một ngần ấy thôi...

vọng âm

con bươm bướm áp bàn tay
dần tàn mộng cũng còn ngày ngát hương
em ngồi bên những ẩn thương
một phần tôi đã hiền hơn trước nhiều.

cần thiết

tôi buồn, em cứ thế vui
thử nghiêng một chút cho đời bớt nghiêm
ngoài kia thừa mứa cơn điên
cũng cần cách nhặt bình yên trở về.

bụt

ngón trỏ đất, ngón chỉ trời
sen vàng bảy đóa thơm ngời dấu chân
gót hài nhi chẳng phân vân
chín rồng phun nước kim thân cõi phàm.

thăm bụt

nắng trong, thăm bụt sơ sinh
chút hờn mát cảnh tượng mình chui ra
thiếu nhạc trời, vắng mưa hoa
chỉ oe oe giữa mẹ cha nỗi mừng

tèm nhem trên phiến tưng bừng
mốt mai biết có những rưng rưng về
lăn qua nhơ nhớp ôm kề
mà hơi hướm ám gót đi tận đời

thời thơ bé nẩy tê người
mãi chưa hiểu được lọt nôi tội gì.

quán thế âm

nam mô bồ tát ngàn tay
nghìn con mắt tỏ trần ai sũng buồn
mới lưng chừng phía ngọn nguồn
nhiều phen muốn bỏ diễn tuồng... mẹ ơi!

đ. ơi những ngày không đâu

chúng mình có tuổi thật rồi
dịp ngồi cạnh nhặt nhạnh vui mỏng dần
bao câu chuyện xuống tinh thần
kể cho nhau trọn một lần, để quên

chưa cần phải lớn thêm lên
đã cơn chóng mặt trước niềm riêng nhau
trong ngày tháng với không đâu
mà mình như phiến lá màu xanh xanh

khởi sự từ phía mong manh
những điều độc địa vin cành, thả sâu
khi nao cũng chuyến bắt đầu
nuôi con mắt ướt nghìn sau dịu dàng.

gìn chút trong veo

mừng rơn mớ hỏi han tôi
lúc này đây nỗi bời bời rỗng không
trống tênh từ vốn mênh mông
bô lô ba la ngó lòng héo queo

chắc gìn nhau chút trong veo
đón chông chênh được phút neo ngả muồi
gieo long lanh cuộc ngậm ngùi
lạnh người mê muội bám đuôi lầm lì

lại nào… thỏ thẻ gì đi
mở con đường tới xuân thì khó sao?!

tháo gỡ

không đốm sáng thắp lên môi
chẳng men cay vẽ những lời thẳm sâu
xin gì đây lúc khởi đầu
một thiên oan nghiệt bén màu lặng thinh.

truy tầm quá khứ

cô đơn dậy tuổi hoang đường
một con bướm nhỏ đủ mường tượng quen
bay lên... bé bỏng bay lên
mong manh ghì mí lá rền tinh sương.

uổng công

sài gòn đêm tự sự trời
gom bầy hăm hở hun muỗi giấc êm
giọt đều trên vũng thẳm đen
tôi he hé cửa bói lem luốc đường

cơn trằn trọc mãi khó lường
những viên thuốc ngủ xa tương thích mình
thị thành mưa vẫn vô tình
nỗi vơ vẩn vuốt ve bình tâm hơn

co người theo điệu cô đơn
trăm năm tìm cớ buồn buồn siết thân.

nguyện cầu

dần dà em tự nhiên hơn
tôi dần dà lún từng cơn mơ hồ
giấc khuya cuồng xóa phăng bờ
bãi mê chồn cuộn ngày thơ vẫn màu

cầu may mé buổi âu sầu
gan cùng mình hé vèo lao rộn trời
gõ đầu con nắng thêu lời
chỉ xin tay ấm tay người, giản đơn.

dấu hỏi hành tinh

bói không ra chứng đau đầu
hồ nghi đồng loại bấy lâu xiêu hình
lắm khi buồn đến thu mình
hiện thân ma quỉ yêu tinh làm càn

sát thương chẳng gớm tay phàm
như ăn chiếc kẹo mềm tan lựng trời
lay cao số gượng nên lời
chặm ri rỉ kí tự phơi vết hằn

vay con mắt trái khô cằn
giật thon thót đánh động ngăn trơ dòng
sao chưa mưa xuống thay lòng
bao ngôn từ vướng lại trong buổi nào...

kí thác

mấy hôm nay thấy mình ngoan
dành mau mắn: giấc nồng loang mé ngày
nới con đường cỏ hoa bày
thơm bàn chân dịu dấu trầy còn ghi

dài nịnh đôi mắt, hàng mi
bình yên chực mỗi bước khi vào đời
điểm trang nhau những nụ ngời
quà trần gian ấy, thiếp mời có ai…?

thấp thỏm

đau giùm bạn chiếc răng khôn
đủ cơ sở nghiệm sẽ hôm đến mình
thân bé mọn, e ấp tình
nện vào khí phách bất thình lình... tan.

bừng mộng

em còn ở đó, mình ên
tôi yên tâm để buồn tênh cõi trần
ngồi bấm đốt đoán xa gần
dưng không chột dạ những thân thuộc mình.

trong phiên tòa kẻ cô đơn

đầu dây âm báo thuê bao
nghi ngờ biết việc lao đao kiếm người

nhiều hôm cần lắm cái cười
tưới tiêu đắng ngắt bón môi thiện lành

sạch sành sanh của đã dành
vui nhiêu lâu nữa cũng đành nghiến răng

thưa, đời chỉ mấy mươi năm
tội gì chưa rút ruột tằm chính đây!

nghe mưa

đêm, quây quần chẳng thành tên
xoa bao bước hụt, đau điên điếng người
ngụt oan khiên ngút thấu trời
cúi đầu, hạt bụi ngoan ngồi nghe mưa.

cắc cớ

và, thứ sáu ngày mười ba
ngờ thế giới muốn chống ta tận cùng

kiến con trỗi máu anh hùng
chim là là xổ giọng khùng khục trêu

không chừng lắm chẳng còn yêu
tàng hình bày ú tim khêu bàng hoàng

vui trên trái phá cũ càng
hoan hô! cấm địa đã ngang cuộc trần

cảm ơn đời sống trong ngần
nghìn năm tuổi vẫn chưa cần lớn lên.

cớ siêu độ lắm không may

bao tan tác phủ phục chân
hòa cùng phận số nhiều ngân ngấn dòng
đôi tay ấm mảnh thiệp hồng
rượu mừng dậy vết thương lòng, thít môi.

khánh kiệt

tạt chân về nẻo thiền môn
đua cùng những trước khi chôn lấy mình
đến thời núp bóng tâm linh
hồn đon đả ngoắc yên bình vẫy xa

lạ quen sẽ một mái nhà
tôi mau khăng khít bao la cõi người
mỗi vuông giam ngọt mặt trời
ôm hành tung trổ nên đời sống chung

say sưa rót mật, bồi khung
rêm êm đềm lắm hình dung không mời
mân tàn phai đọng khôn lời
vọng âm lật cánh, món hời sảy oan.

điểm tựa

em thầm nghĩ... tôi trẻ con?
tôi đâu có vội mà buông trần tình
nhiều khi chưa hiểu được mình
đã đua đòi vọc nhân sinh, biết mùi

đêm thu bóng dõi theo đời
cô đơn trả áo, phủ đôi vai gầy
dưng không muốn một bàn tay
truyền hơi ấm muộn những ngày tháng qua

buồn còn điểm tựa sau nhà
thôi vin câu chữ như là... thói quen
thôi sa ngã lộng bon chen
thèm tâm hướng thiện để bên em hoài

tôi hôm nay rũ an bài
như thơ, sao một đề tài khổ đau.

**ru em như thế
ước tôi mộng lành**

ơi à... em ngủ đi thôi
lớn lao sẽ bó gối ngồi lặng thinh
à ơi... lắm chuyện bất bình
chẳng lành lặn nữa hành tinh loài người

cắp tay ẩn ngữ vào đời
lận lưng huyền bí sao trời mật ngôn
úm ba la chốn mù sương
vừng ơi! hé ánh thiên đường bén chân

ngủ nhe em, siết ân cần
nghìn câu nguyện sắc lại lần giấc ngoan.

học quên

mon men mé nửa cuộc người
e già đủ ngại mớ muồi mẫn thăm
họa chân mày khó đăm đăm
tô cơ mặt chắn mối lăn tăn vồ

lắm phen được sắm vai thừa
mở toang cửa ngực dễ thua người nhiều
mải trong veo giữa trăm điều
vòng kim cô siết sang chiều bình an

chập chờn giấc rợn ngổn ngang
cam tâm một phút hạ phàm, học quên...

dự phần

mâm nào tôi cũng dự phần
chiếu trên, dưới chả ngại ngần lót vui
hẳn, sự góp mặt muôn nơi
vốn tên hề đổi được mươi cảm tình

dấu trừ: hơi ngoảnh xập xình
tránh bia bọt né ảnh hình chẳng hay
không kiêng dè những thẳng ngay
lá rơi lệch đủ mấy ngày nắn nhau

tôi còn bao điểm về sau?
(lại dòng tin muộn: cấm vào từ nay!)

chân dung

kiêng mì chính, lánh hành hoa
dè rau, lười trái cây và... thích cay
vẫn dung nhan ngút trời này
trang minh họa khéo cõi dày oái oăm.

tinh khôi

gần đây, bất ổn ha em!
toàn nghe giết chóc ấm êm đời mình
người hiền mắc nạn thình lình
ngồi trong nhà chẳng biết bình yên hơn

những con chim sắt buồn nôn
những tan nát sẽ còn cơn cớ nhiều
em cùng anh giữa bao điều
với câu đàm tiếu, với chiều oái oăm

có lần trang sức môi câm
mấy ai ghị được biệt tăm ngoảnh đầu
chưa nguôi giây phút nhiệm mầu
xin may mắn cuộc muôn màu tinh khôi.

điểm trang

chào tờ lịch nán trên tường
vui cùng tôi trưởng thành hơn trước nhiều
câu từ khước rút đăm chiêu
cuốn phăng bờ chữ lắm điều thoái tâm

sẽ kiên định nối tháng năm
vài nho nhỏ đủ ươm mầm tương lai
dành canh cánh đối đêm dài
phần se sắt hỏi ngày mai nắng tràn

hôm qua nhón bước đường hoàng
hôm nay cần chút sửa sang lại mình.

lời cho khoảng trống

khoan! dừng tạm nhé, mươi giây
xoay người lại chút cho ngay ngắn nào!
mắt sưng, mũi ửng, giọng khào
chừng vừa bại trận dưới trào dâng đêm

cần gì sửng trúng tim đen
ai mà chẳng một lần tin dại cuồng
vui cười, buồn khóc lẽ thường
sau thinh lặng ấy, dọn đường mênh mông

khoảng vô định đoán được không
thả viên đá chỉ quay mòng, đứt dây!

chỉ dấu ngày xanh

làm gì tôi cũng một mình
chưa giây phút dấy bất thình cô đơn
đã phi nước đại giang sơn
thì thân ngựa mỏi chân bon sẽ ngày

cùng lắm nói mớ khi say
khoan phiền tay nắm bàn tay đỡ đần
đương cơn tỉnh táo tinh thần
hành tung mờ chỉ dấu cần có nhau.

lo toan

em cười, con mắt có đuôi
tôi theo sau mãi, chưa nguôi nỗi ngừng
khác chi thuở ấy đã từng
men đôi chân mẹ trên lưng đường đời

tôi ngày con trẻ qua rồi
vô tư – em nối lại thời xưa, xa
tôi giờ tâm bão, phong ba
em bình an ngự giữa toa nhín, nhường

em ngồi trong trái đau thương
nở hoa công chúa, thêm hương sắc tình
em ngang qua những nhục hình
mím môi tôi chịu, không trình thở than

chỉ mong ngoan khép lo toan
bụi trần, kẻo vướng mi loang nét cười…

trầm

nhớ về Tr., H., Th., Ch.,...
– những người bạn vội lìa trần ai

gì mà nhắm tịt, im ru
dậy mau! sửa soạn, cùng bù cuộc vui
nắng loang khê giấc mơ muồi
sao còn lì lợm mình vùi trong chăn

kiến bò, đàn bớt lăn tăn
phân vân cánh muỗi đã gần thịt da
tỉnh chưa? nhốn nháo cửa nhà
ốm đòn chốc với người ra kẻ vào

quán quen chờ ngả câu chào
tiện bề đưa đón, khỏi rào lí chi
dậy hoàn thành hứa hẹn đi
máy giòn tiếng nổ, biệt li không đành!

làn hơi chỉ mảnh tơ mành
toòng teng trí nhớ tôi hành liệt tim.

ru mình

ngón chân ngạch cửa điện thờ
gót vươn mình bật nhảy bờ đảo điên
bóng còn vướng lại ngoài hiên
phiên tai quái hưởng sái nghiêng nắng tràn

con chim trên thánh tượng vàng
dụi đầu chiêm chiếp dâng ngàn câu kinh
làn lảnh lót mật tâm linh
vời người nán cõi ẩn xinh xắn nhiều.

điểm tâm

mời em li đá đen này
có phần tuổi trẻ tôi đầy nắng mai
mỗi vuông ngời đóa tương lai
ban sơ chân sáo giẫm gai chẳng nề

vẫn tươi môi giữa trăm bề
xuôi dòng đắng, giọt lặng về dỗ nhau
uống cùng tôi để ngày sau
khi xoay vần cuỗm, còn câu yên bình

em rộng cửa trái tim mình
biết đâu, hạnh phúc vô tình đáy sâu…

giấc muôn trùng

lắm con đường lâu ghé qua
bao từng đã bước vào toa mịt mùng
vui môi cứa giấc muôn trùng
ôm mê sảng dắt ướm vùng ắng yên

khum tay chắn trận quàng xiên
sẽ liều độc dược mừng quen ong vàng
vuốt ve ôn nỗi cũ càng
thẹn ru áng thắt ruột gan, chưa tròn

áp lên góc trái trơ mòn
xuân thì ưa ngả mất còn, ha tôi!

bò ngang

mùi hơi đất dậy mưa, chiều
tuổi thanh niên bỏ mối nhiều ngổn ngang
hồn tầm gửi đình miếu hoang
khói huyền nhập ánh đèn loang áo mờ

băn khoăn tay ngưỡng điện thờ
cắt đuôi thế hệ thuở ngơ ngác người
lệch đàn buổi sõi nói cười
không sao vặn khét bờ môi, hòa đồng…

thon thót giấc

em bàn tới chuyện kết hôn
với người đâu đấy lại không phải mình
đương hoàn hồn nổi lôi đình
trăng vành vạnh khẽ rung rinh, xổ cười

đã bừng cơn tẩm mụ người
mà bàng hoàng lấm tấm rơi áo nhàu
còn thon thót giấc hoen màu
tôi năng là lượt dành sau đó quà

nhớ chăng cái ngoéo ánh tà
hay cao giọng nhón bước qua phập phồng
hí ha chụp bắt rắn rồng
vải thưa che mắt thánh lồng lộng thiêng

tôi sống mái u ẩn riêng
mặc đời đồng bóng quàng xiên xéo giày
ngày rạng chưa, nhíu nhíu mày
dong chiều sụp mí quật cay xé lùa.

gót nhẹ ngang đời

nhìn nhau một cái, rồi thôi
ra sao đi nữa cũng trời, gió, mây
cuộc trần, dấu hỏi bao vây
nhẹ lông hồng bước qua bầy tường minh.

nên cánh thiên thần

mấy nay, ngay đoạn bả vai
cơn nhoi nhói đã thấm vài số cân
săm soi giùm những đường gân
có chồi non cánh thiên thần tới đây

thiện lành tôi mỗi phút giây
đứng đi, ăn nói căng đầy sắc tươi
khô tuyến lệ, no nụ cười
chiêm bao đẫy giấc sáng ngời ước mong

từ tâm thức nhẹ cầu vồng
ban vui vầy nối đuôi dòng gió mưa
món quà nhuần ngón tay đưa
còn chờ chi nữa mà chưa nhiệm mầu?!

chốn dung thân

hổm rài sao? vẫn bình thường
rủi may cũng có lúc dường như nhau
trở về gây điểm ban đầu
thêm lần giáp mặt không đâu, mơ hồ

chốn dung thân thật hay đùa
mông lung trong cả được thua, mất còn.

tự thán

bạn thời ấm tổ cả rồi
mốt mai đến lúc tự chơi với mình
ru hời lót ổ thanh bình
quây quần bắt chợt ẩn tình vốn yên.

dư hương

bấy lâu nay, em, thế nào?
chà! xa quá tưởng ngã vào lãng quên
thấy tôi sao, có điềm nhiên
gót thanh thoát chẻ đảo điên nhẹ hều

chọn khu biệt nét nói nhiều
đừng cười tôi giữ lại liều trẻ ngơ
ngỡ mình mãi dưới cơn mưa
xuyên tung tóe thấm ban sơ vui vầy

niềm riêng thơ ấu tê tay
nâng vài thức ngọt vẹn ngày líu lo
thăm em, tôi thật lắm trò
hỏi han chỉ để nhỏ to nỗi mình

mừng thầm khi dốc trọn tình
đã ngầm tính tới chuyện khinh khỉnh này
em ngoài vòng rót đắng cay
dư hương xưa cũ rợp ngây ngây hồn.

yên ca

sau yên, em vót điệu sầu
lời ca bỏ nhỏ gợn đau đáu đời
khơi chi tiếng hát lên tôi
em rồi sẽ hát cho người về sau

nhẹ nhàng mà rợn đẩu đâu
chia li cuồn cuộn trong lau lách nguồn
lẩn không thành phía con đường
miên man len giữa khói sương mĩ từ

dài muồi mẫn vẫn vô tư
chuốt trau giọng ngát thực hư nỗi tình
tin xuân biết có chỗ mình
mộng du muôn nẻo thanh bình, phiền chân.

kiềng tục lụy

một tay nâng nặng tình thâm
bên kiềng tục lụy lắm lần cáu điên
tưởng mình tâm bụt, hồn tiên
trải âm bản giải thiêng nghiêng ác tà

oang oang chấm phá thật thà
mà ra thành lũy nhốt ma quái hành
mới ơn trời sót tiếng lành
thăng bằng ô hợp gìn thanh thản lòng

tan bùa hộ mệnh vào tròng
cơn tam bành đã cuồng phong giáng đời
còn bao biện gì nữa tôi
ván thê thảm trót ngửa rồi. hoài công.

phác họa thế hệ

cùng nhau, thời đại u buồn
dễ quyên sinh chăm bẩm hồn mong manh
cụp bâng quơ bén long lanh
nhặt tàn tích cập giấc lành làm nư

sẽ hôm nào đó, mình hư
truy tầm quá khứ nhuộm ưu tư kề
tiện bôi nhọ mớ bộn bề
trú trong giằng xé mở về bãi đêm

học ghìm chân mé cơn điên
tập bao dung trái khoáy liên thiên đời...

hồn đông phương

người cao thì người cứ cao
tầm tôi lũng thấp vốn lao đao thường
lè tè cũng bến khó lường
không thân thích, chả ai nhường vẫn phiên

hồn đông phương mải điềm nhiên
cái buồn nẫu ruột điểm duyên dáng mình
chiêm bao trót lỡ linh đình
tính ương ngạnh chẳng để trình tiếng thua

mươi ngày chín tháng ngôi vua
huống hồ giây phút sa cơ cúi đầu
thơm tho đẫy giấc nhiệm mầu
tay phàm bấm rễ kinh cầu rã manh.

chỗ cho câu trả lời

mưa sài gòn giọt lơ ngơ
dài cơn cám cảnh bất ngờ rịn chân
niềm lạc quan níu duyên trần
bình tâm tôi giữ tinh thần sáng trong

quả đầu mùa nặng ước mong
con sâu êm lá ngưỡng trông ngọt lành
nhoài mình mông muội cũng đành
nửa thân chua loét tan tành đắm mê

sảy muôn nghìn bận ê chề
thấu trời kêu thốn thay hề hước chưa…?

phác họa đối diện

điều tồi tệ... nghĩ cũng hay
tan cơn nhàn nhạt vòng quay cũ càng
cái không dễ bói hàng hàng
đương mưa thoắt nắng chang chang, lạ gì

hòa con trẻ cất nhu mì
đã xoành xoạch xổ tiếng chì, kiếm đao
oẳn tù tì... kéo búa bao
tôi đất thấp, tôi trời cao, chỉ giùm

tôi thanh tục, tôi ngại ngùng
tôi anh dũng tôi hèn chung thế thời
dữ lành phó thác cuộc người
rút thăm cốt lấy lệ đời bấy nay

ngồi trên chảo lửa loay hoay
bời bời gan ruột tất tay lỡ đà
ê a bi khúc bóng tà
cớ siêu độ tấm thân sa vũng lầy.

lan man mưa

theo mưa, tiếng dế kêu rân
vui tôi nhõn phút tê rần cánh môi
hồn vi vu chín tầng trời
lòng phơi phới suối tuôn lời kết thân

bù tâm tính thích nắn gân
hay bày mặt lạnh, chả gần gụi ai
ngu ngơ tập sải bước dài
đền trong trẻo sủi tăm chai lì đàn

khúc đồng vọng giữa say tràn
co người một chấm câu gan ruột bời
kêu chi mà lắm, dế ơi
viên bi nằm xó giấc mười năm dư.

nhập đề thời đại

nhập đề thời đại kiệm lời
chào trân trọng bản thân tôi hòa đồng
mớ bòng bong đón vào tròng
sớm tường tận nẻo như không vẩn gì

gọng kìm ngơi mỗi dấu đi
trong lồng chim đã thấu thì tương lai
ăn gan hùm sắm vai này
đoạn mùa cũ kĩ xua ngày già nua

tôi xanh chín nắng ban trưa
chút tàn hơi níu cho thơ mộng tràn
mốt mai lả vết chân ngàn
vin câu ríu rít đường hoàng trầm luân.

sảy mộng

em quá trẻ... tôi lửng già
tròn con giáp đánh cược ca cẩm lùa
cuống sơ sinh rụng vẹn mùa
thì em đâu đó cõi chưa tượng hình

thuở tôi tập thứ tha mình
dáng em chập chững linh tinh buổi đầu
khi xui chụm vẩn vơ rầu
mon men đã khấn nguyện sầu băn khoăn

từ trong bờ bãi xa xăm
bàn tay các đấng lăm lăm chia đời
bầy con sảy mộng lạc trời
tan đàn thế giới, nụ ngời vô tri

ẩn tàng dưới đứng cùng đi
thiêu thân phận mỏng sao ghì sáng choang...

mặt sau bờ hi vọng

nhón chân ra phố, vắn dài
gìn hơi, trở gót ngân vài câu ca
nơi ta thán sẽ đơm hoa
xui vô tư hái món quà đầy tay

phần xanh lá, phần xa cây
gom vừa một nhúm lên bầy cao cao
phút trăn trọc lúc nao nao
bật tung cửa ánh trăng vào vỗ ngoan

trăm nghìn bước nặng trần gian
mình ên giọt mặn hòa tan cuộc cờ
ngắng bao chớp tắt im mờ
vì tinh tú chết đưa thơ mộng về.

hiện trường cơn buồn

tiến lên, viên đạn bọc đường
dựng hiện trường lại cơn buồn bã qua
mở lồng ngực nhũn xót xa
thì ra đá sỏi cũng sa sầm thường

thật không? loan báo tin đồn
nghìn câu chuyện mãi sẵn khuôn nóng lò
tràn thao thao dịp đoán mò
say tung tròn cú hỏa mù tản sân

chọn quay về chính bản thân
người ôm ngùn ngụt nên thần thánh riêng
xin cho chạm với, cảnh tiên
trần gian thưa lạnh, hồn nhiên nhúng chàm.

ghi chú
bình minh sau đại dịch

vẫn còn thở, trời ơi... em!
cá như gặp nước giãy điên trầy mình
phấn son không nổi tâm bình
bốn bề hòa giọng hở linh tinh lèn

còi rần rộ phố lên đèn
dắt gầm rú lại tim chen hãi hùng
nối hoài niệm bắt mặt mừng
nhịp đưa tiễn tích tắc từng phút giây

cuộn dang dở nỗi lắt lay
cuồng ôm đồm để nhớ ngày thất kinh!
đời dài nợ chuyến im thinh
đón đầu tôi tiếp hành trình mọi khi

cũng buồn nhau lắm chứ gì?!
huề cả làng nhé, cùng đi, nhẹ lời
sống giùm bao phận mỏng rời
mỗi nhành hoa một sao trời hiện thân.

khẩn nguyện

một mình tôi, một bầu trời
đèn con, dài khách không mời. điểm danh
này! mang máng bữa lanh chanh
lấn chen, húc miếng tốt lành đến tay

khi gần lắm lại xa đây
làm thân trâu chậm ngây ngây nước nguồn
hớp từng lắng cặn đục luồn
nụ tươi mà thấm mối nhờn nhợn, im

bây giờ, chìm giữa lim dim
rồi mai cất cánh cũng chim lạc đàn
vào tầm ngắm trọn nhịp nhàng
căng ôm chốn khó thiên đàng, nương nhau.

mím môi
hay một trả lời

đi ngang mấy bận chèo queo
thấm thương bộ dạng tong teo vì mình
dăm hôm bợt bạt chết sình
gắng gồng thói bướng lúc bình thường qua

những câu để ngỏ bao la
sài thành nghịt chỗ, loang ra bầu trời
cái tàn tạ giáp cuộc đời
quả cân xê dịch, mồ hôi ròng ròng

cây kim chóng mặt đèo bòng
mỏi tay ngã uỵch, quay mòng mòng tôi
khi nào biết nghĩ cho xuôi
trước loay hoay cách ràng người trăm năm.

... VÀ
NHỮNG BÀI THƠ KHÁC

chỗ trong đời

cuộc trần mỏng, em ham chơi, có lẽ
sáu mươi năm, đã hai mốt xuân rồi
tôi sắp dọn chỗ ngồi mình ngất ngưởng
em sắm sửa gì chưa với trò người

tôi bày biện trăm ngàn mơ ước vụn
góp nhặt từ hoài bão thuở đôi mươi
cũng có thể tôi tiện lời phóng đại
và vì đâu chợt vắng bóng nụ cười

mười hai tháng dắt dìu năm gối mỏi
mùa rải đều theo dấu vết phân vân
còn chăng chỗ mùa vui về bất tận
khi cơn đau vẫn chưa kịp định thần

từ dạo ấy, tôi buồn nhiều hơn trước
biết hoài nghi, khước hi vọng liền kề
ôm bạn bè, sợ ngày kia bè, bạn
ngoảnh mặt đi không quên ướm khen chê

chim rớt tiếng lần lìa nôi cánh rã
đánh động trời thu ngắn kiếp phiêu linh
gần nửa đời: giọng sắp khàn, đặc quánh
tôi gọi ai trong tăm tối thường tình

sợi kinh nghiệm: rút hoài sao chả hết
dây vỡ lòng: học mãi cứ dài thêm
bể mênh mông ước thua tim độ lượng
tai ngóng chờ khuyết nương tựa đêm đen

khi càng lớn, lạc quan xa tầm mắt
tin số phần, định mệnh gắng an bài
và bói toán, cao đầu mình thắng thế
khi nghiễm nhiên
                tiên đoán chuyện tương lai

tôi cũng muốn chìa tay mình bói quẻ
giữa tiền tài và danh vọng, tử sinh
đường tình ái có xuôi cùng một hướng
lo sợ nào hơn đánh đố chính mình

tay xẻ rãnh thả trôi dần lầm tưởng
dấu nghi ngờ không bảo cũng cạnh bên
từng cử chỉ, hành tung soi bại lộ
vốn tâm lành, chẳng thể khép mi yên

ngủ sao được khi em đang còn thức
phút trở mình, mộng mị: ai sẽ canh?
thơ cho em mà phần tôi lẫn lộn
trái sầu nào chưa qua tuổi đương xanh…

lời nói dối

lời nói dối, có khi nào em nghiệm
là phần thực, ghép khéo giữa phần hư
đâu dưng không qui ước một tháng tư
để dẫn dụ, mà... thật thà khôn xiết!

sông vẫn chảy, muôn đời ai cũng biết
sâu thẳm lòng, sao kể hiểu nhau hơn
để cùng nghe lần nữa tận nguồn cơn
bật thành tiếng tâm tư thời gian hóa

ngày tiếp nối theo mùa nương bến lạ
mỗi cuộc người: tập lạ bến dung chân
chỉ thích nghi theo kịp bước phong trần
nên khó trách tim thường tình bay nhảy

tôi cứ thế nao nao rời yên vị
mơ sổ lồng, vươn dài cánh nghiêng nghiêng
phút tung hoành còn ấm giấc thần tiên
chợt ngứa cổ, hát vang bài... tuổi lớn!

tôi đắc chí nghêu ngao trong mường tượng
sẽ vầng hồng rộng đón đứa lành ngoan
sớm tinh ranh, nhận đãi ngộ thiên đàng
yếu gặp gió, bất thình lình... chao đảo

thơ thú tội, vào đề bằng dông bão
cuốn trôi xa thương tích lỡ gieo mình
xóa phăng miền trót lưu dấu niềm tin
thì, có cớ cho câu vừa chấm hết.

mộng

thằng bạn tía lia: mày vẫn khỏe?
tao nhờ may rủi sớm lên hương
vợ năm sau cưới, nhà xe mới
mày phải gió không, mặt xanh rờn!

đổi thay

mới một tuần thưa gặp
mọi sự đổi thay nhiều
tôi già đi trông thấy
được lấp đầy... đăm chiêu

em dần dà biếng học
tôi xoay chiều quan tâm
hai đứa ngầm đổi khác
khẽ trao những thăng trầm

cũng lười câu trêu chọc
phai từng tiếng ghẹo nhau
đâu như vì tinh tú
ngoan quĩ đạo độc màu

yên sau mờ bụi phủ
gác chân thôi quặn mình
bạn bè ưa thắc mắc
nhưng nay bỗng... lặng thinh!

chỉ có trời, đất biết
lòng ngổn ngang thế nào
đừng nhìn tôi, gặng hỏi
chưa hiểu mình, nói sao!

vẩn vơ

những dòng vơ vẩn vói chân tiên
nắn nót tròn câu áo gạo tiền
trăng rọi ngoài kia, sao sáng quá
nhẫn tâm bôi nhọ kẻ hồn nhiên.

giữa hoang tàn hoài niệm

tôi chở em đi học
ấm êm sẽ bao lần
cửa tương lai rộng mở
cổng giảng đường bâng khuâng

ai nghe lời khẩn nguyện
trước muôn trùng thời gian
nhịp đời sang vội vã
tôi ngồi giữa hoang tàn

bình yên chờ đổ sập
điểm trang phút hoàng hôn
từng khẽ khàng, vô ý
nuôi vô nghĩa, tay trơn!

hai đứa thường ít nói
chỉ nhìn quẩn quanh thôi
mà tôi sợ trầm lắng
đôi khi va... dở hơi!

chầm chậm xe lăn bánh
theo lối mòn thế nhân
khoảng cách chưa ngắn lại
nên tình chưa thật gần

cắn môi mình bật máu
nỗi nào nhói đau hơn
phân li, hay hiện tại?
cấu cào hồn nát tươm

tôi lạm quyền tối thượng
sử dụng trò lặng câm
để em còn biết được
ai đem lòng thương thầm

"có buồn thì cứ khóc"[1]
đọc thơ tôi, gắng vui
để tôi còn biết được
ai giấu chôn ngậm ngùi

[...]

mai đây chim rời tổ
xoải cánh lượn khắp trời
những lúc chợt mỏi mệt
nhớ tìm bến đậu tôi!

---

[1] ý thơ Nguyễn Tất Nhiên

định nghĩa em

cũng vô lí như vào cơn chói gắt
bất thình lình chuyển dạ bão dông nhau
xê xích khẽ, ú tim trò nít nhỏ
sự chơi khăm được dịp tỉnh sơ đầu

trong tình thế đứng đi đều có nghĩa
mỗi hành tung mở một cánh mơ hồ
gặp hạnh phúc nơi buồn vui quỉ quyệt
cô tấm lìa trang truyện kể ưu tư

những hạt lép im thinh bàn tay khéo
lối thênh thang giành chỗ phút lui mình
lại hạt mẩy nghênh ngang vùng cấm địa
thông cáo rời quay quắt tỏ phân minh

xâu ý nhị dửng dưng quàng mặt lạnh
đóa tiên tri nắng gió hé đôi lần
buông thỏ thẻ khảo tra tuôn khé cổ
hiểu bóc trần phó thác trước tin xuân

ngày nhón gót kiễng chân tìm quả lạ
đẫy thức quà ngày ngậy góp lăn tăn
hẳn đến lúc tần ngần khi đặt bước
thoáng trầm trồ nhiều ít sẽ băn khoăn

mưa tiếp đất, nước chia thân trăm mảnh
dễ nhớ đời thấm buốt dấu con con
bầy kỉ niệm đâu phiền đao búa lớn
mà chạnh lòng sâu hoắm vết da non

lâm cảnh ngộ ai cùng chung đắng chát
mải tưới tiêu bờ bãi vói xa dần
từ cằn cỗi chồi điềm nhiên lộc biếc
khuất tầm trông lây lất gượng tinh thần

vun vén nhé! đã van nài thượng đế
xin xanh tươi ngây dại lót êm đường
vừa đánh tiếng đổi trao chiều héo hắt
buổi hừng đông ăm ắp dở ương ương.

tàn phai

đi đâu đó tạt về ngang đây
dưới gót giày kia tấy lá cây
mùa chưa kịp thả vui chân phố
đã thấm tàn phai rát mặt mày.

linh hiển

hồn tôi đình miễu thưa hương khói
đã tự nghìn năm lộng hiển linh
ngón tay từng lóng rê vân nhạt
soi bóng hình chằng chịt dấu đinh.

dỗ mình

dưới táng nhá nhem, bước nặng dần
giác quan ngọ ngoạy níu bàn chân
lọn gió cuộn tròn dăm chiếc lá
thảy mình dông bão ngưỡng phân vân.

sài gòn ngày trở lại
để nhớ những ngày thành phố bị phong tỏa
vì "đại dịch covid-19"

thành phố vẫn nguyên hình dáng cũ
giấu hoang mang nặng dấu chân ngàn
áo cơm khâu khíu trời mơ mộng
hạnh phúc men theo tiếng rộn ràng

thành phố vẫn bao hình dáng cũ
người xe mắc cửi ngợp khung giờ
mỗi vuông hơi thở thừa huyên náo
cái lả người tan giữa cợt đùa

thành phố vẫn trăm hình dáng cũ
vẫn danh hoa lệ vắng câu mời
vẫn là nơi chốn đêm không ngủ
rực rỡ đèn khuya đậm nói cười

thành phố qua gương dòng lữ khách
ngọt ngào chen lẫn đắng đầu môi
vẫn chua chát đẫm miền hư thực
tỉnh thức, tê cay tiếp chén đời

thành phố trong tim người con thảo
nhộn nhịp neo từ thuở gót hồng
chưa nguôi nơm nớp ngày kia đến
có chắc thôi đầm trận bão dông

sau mưa sẽ nắng vàng soi rọi
bướm lửng lơ vờn cây lá tươi
lũ ong chăm chỉ như từng đã
quên hết phong ba quặn xé người

thành phố hồi sinh, dâng lắm lạ
chẳng dám trao nhau bắt mặt mừng
lời thưa khăng khít, rêm hoài niệm
chiếc nháy ươm tình lỗi ngập ngừng

chứng tích in hằn hàng kẽm gai
kinh cầu khua động nối canh dài
sương khói niềm tin quỳ ló dạng
cũng rồi đuổi kịp ánh ban mai

đờ đẫn vin vào ai réo rắt
gieo mầm trên những luống chờ trông
nhuần tay vun bón xua kì hạn
đá sỏi vô tư nở lạnh lùng

thành phố cựa mình trở giấc sâu
thiếp đông vừa nhón hạ xanh màu
lòng trần ngơ ngẩn vùi hiu quạnh
kí thác mùa xuân cuộc bể dâu

thành phố đang hiền khắp vết thương
hân hoan đơm nụ trải cung đường
phấn son u ẩn đau che kín
muôn lối phân vân, nẻo chán chường

thành phố vẫn đây xương thịt cũ
chằm da thấm mặn buổi chia đàn
cảnh mãi gìn nhau đầy khát vọng
người xưa sao vội bước sang trang.

con chưa xế bóng mẹ mau xa

căng thịt da soi ánh mặt trời
thời gian vẫn chặm nét hồng tươi
ngu ngơ lắm lúc tranh giành chỗ
tôi níu thơ ngây vá nụ cười

tuy không còn trẻ, có đâu già
thường trực lạc quan ríu rít ca
ngày mai... thôi hãy ngày mai nhé
mây trắng thong dong bão gió qua

chẳng say, đầu óc quay cuồng mãi
muôn ngả, phân vân rót vọng âm
bên vực nổi trôi chờ thử thách
đắn đo chọn phía, đã thăng trầm

nếu lỡ một hôm đời bắt lớn
chả sao, vì ngại nhích từng năm
cơn sóng đại dương ai đánh tiếng
vươn mình đổ ập, buốt căm căm

quá giang khờ dại nuôi khôn khéo
tôi mải dang ôm trái phá người
tìm kiếm hân hoan đơm quả muộn
nghìn thu, sỏi đá rớm buông xuôi

luôn cần tay dắt, người theo dõi
để thấy đường đi sẽ ấm về
vin hướng cầu vồng tan rả rích
hoang tàn dè đặt bước lê thê

co chân vượt thoát cõi hư vô
mỗi khắc dài thêm khoảnh mơ hồ
luýnh quýnh lay vai, lòng kịp rạng
tôi vuốt ngực tôi lách mộng trờ

vừa dứt cuộc vui, trở lại nhà
thảnh thơi trước ngưỡng cửa phong ba
ngồi đếm tàng cây vàng mấy chiếc
con chưa xế bóng, mẹ mau xa...

hạnh ngộ

chiếc lư ngụt khói quyện chân dung
bấu góc nhà thơm phút tương phùng
bàn tay hạnh ngộ xua hình tướng
chìa giữa hư không, cái ấm chung.

dòng thú tội
thay lời bạt

câu thơ tôi cũ như thành quách
thiếu nắng, thềm loang lổ sắc rêu
lọt lòng, triều đại tranh nhau rụng
trang viết vừa sinh: chọn ngả chiều

thơ tôi non tuổi, tôi già tuổi
manh mún vượt khơi: bão thét gào
trùng điệp âm vang ghìm bánh lái
vọng về thống thiết, gót nao nao

đã xây kiên cố bao người ngự
phòng ốc, hành lang, cửa, bức tường
lớp sơn màn rũ làn da hoại
xương thịt trần mình đón gió sương

đua với thời gian giành chỗ đứng
đâu đâu cũng thế, chói chang đời
tôi chờ bóng râm chìa che chắn
để được thu mình, dễ rọi soi

những bầy thi thể dài khâm liệm
lóng lánh hoa, giăng mắc nhẫn đường
ong bướm cánh chùn quanh hút mật
mãi nằm yên, mục rữa vẫn tươm

tôi chán theo câu thơ nhạc tính
bi bô tập nói buổi sơ đầu
sống lâu, con chữ vươn hàng lão
cổ thụ trấn làng ngán bước sau

bạn bè gà gật lời trau chuốt
rung động rắn rồng đuổi bắt nhau
tầm giọng lạc dần, lệch sóng phủ
kinh cầu đáy vực dậy tầng sâu.

VÀI GHI NHẬN [TRUNG THỰC] TỪ BẠN ĐỌC

LÊ HOÀNG TUẤN KIỆT

ta nghe như máu ân tình chảy

Thi sĩ Tô Thùy Yên từng thổ lộ niềm hi vọng rằng thơ ca trở thành miền đất hứa của những tâm hồn thất lạc xót thương nhau. Tôi tự nhận thấy bản thân mình và Nguyễn Quốc Vỹ (Vy Thượng Ngã) là những tâm hồn như thế.

Tôi quen biết Nguyễn Quốc Vỹ khoảng độ 6-7 năm, và hai anh em nhanh chóng tìm được sự "đồng thanh tương ứng, đồng khí tương cầu". Vỹ yêu văn chương đến kiệt cùng, đọc nhiều, đọc say sưa, đặc biệt giữa chúng tôi luôn tồn tại nỗi u hoài luyến thương về nền văn học miền Nam giai đoạn 1954-1975 và buổi hậu chiến sau này. Nếu tôi tôn thờ thơ Tô Thùy Yên tột đỉnh thì Vỹ mê thơ Nguyễn Tất Nhiên đắm đuối. Tôi có thể vanh vách những bài thất ngôn trường thiên kì vĩ như *Ta Về*, *Mùa Hạn* hay *Trường Sa Hành*, thì Vỹ thuộc làu những *Xướng Ca Thi*, *Như Những Hoàng Hôn Bỏ Mặt Trời* hay *Hai Hàng Me Ở Đường Gia Long*. Kì dư, giữa chúng tôi còn là những câu chuyện văn nghệ liên quan đến Vũ Hoàng Chương, Đinh Hùng, Trần Huyền Trân, Mai Thảo, Du Tử Lê, Hoài Khanh,...

Đọc nhiều, nên kiến văn của Vỹ đủ dày và lọc lõi trước tuổi, từ đó tạo sợi dây liên đới bổ trợ cho nghiệp viết sau này. Vỹ viết nhiều, viết hăng hái, từ những thẹn thùng lơ láo ban sơ, đã sẵn sàng dấn thân lao vào biển lửa, khao khát tìm cái mới, khai quật những quặng chữ, ở cả địa hạt thơ lẫn văn xuôi. Vỹ không muốn đi theo đường ray cũ, những khuôn khổ sáo mòn, chạm mặt và vay mượn tiền nhân, trái lại ước vọng tạo dựng một thế đứng riêng, dẫu phải đương đầu muôn ngàn gió dông giữa trường văn trận bút.

Tôi muốn nói riêng về mảng thơ. Bản thân tôi đọc nhiều thơ của Vỹ, từ dạng bản thảo đến khi chúng thành những dáng hình tròn đầy trên các trang sách được ấn loát kì khu, hay kể cả các bài thơ, hoặc chỉ dăm ba câu thơ tản mác được đăng trên mạng xã hội. Tô Thùy Yên từng viết: "Hoa nở hẳn đau nở/ Mỗi bài thơ, một biển dâu riêng". Bông hoa cũng thai nghén và đau đớn mới có thể bung nở rõ ràng, trong khi mỗi bài thơ được viết ra hẳn phải là sự "giựt giành đổ máu từng chữ một" (ý thơ Tô thi sĩ), cùng với những mẩu chuyện, bóng hình ẩn phía đằng sau.

Tôi nhận ra sự giựt giành chữ nghĩa hết sức gay go, cùng hằng hà sa số những hạnh phúc hân hoan, vinh quang nguyệt quế, và cả những cát gió tục lụy, dâu biển trầm luân nơi Vỹ. Thơ ca và cuộc đời đã vỗ về, dành những cái chìa tay thân ái, nhưng đồng thời cũng giơ nắm đấm sỗ sàng cùng nụ cười nửa miệng cho chàng trai mà tuổi đời chưa chạm ngưỡng tam thập.

Nỗi đau mất mẹ, sau đại dịch Vũ Hán, là biến cố lớn trong cuộc đời Vỹ. Song le, người thơ của chúng ta lau nhanh dòng nước mắt, khảng khái đứng dậy và bước tiếp. Tôi xúc động đến nghẹn ngào khi đọc bài thơ dưới đây của Vỹ:

con chưa xế bóng mẹ mau xa

căng thịt da soi ánh mặt trời
thời gian vẫn chặm nét hồng tươi
ngu ngơ lắm lúc tranh giành chỗ
tôi níu thơ ngây vá nụ cười

tuy không còn trẻ, có đâu già
thường trực lạc quan ríu rít ca
ngày mai... thôi hãy ngày mai nhé
mây trắng thong dong bão gió qua

chẳng say, đầu óc quay cuồng mãi
muôn ngả, phân vân rót vọng âm
bên vực nổi trôi chờ thử thách
đắn đo chọn phía, đã thăng trầm

nếu lỡ một hôm đời bắt lớn
chả sao, vì ngại nhích từng năm
cơn sóng đại dương ai đánh tiếng
vươn mình đổ ập, buốt căm căm

quá giang khờ dại nuôi khôn khéo
tôi mải dang ôm trái phá người
tìm kiếm hân hoan đơm quả muộn
nghìn thu, sỏi đá rớm buông xuôi

luôn cần tay dắt, người theo dõi
để thấy đường đi sẽ ấm về
vin hướng cầu vồng tan rả rích
hoang tàn dè đặt bước lê thê

co chân vượt thoát cõi hư vô
mỗi khắc dài thêm khoảnh mơ hồ
luýnh quýnh lay vai, lòng kịp rạng
tôi vuốt ngực tôi lách mộng trờ

vừa dứt cuộc vui, trở lại nhà
thảnh thơi trước ngưỡng cửa phong ba
ngồi đếm tàng cây vàng mấy chiếc
con chưa xế bóng, mẹ mau xa...

Vỹ viết nhiều thơ tình, đề tài muôn thủa trong cõi nhân sinh, và thời gian gần đây, xuất hiện những bài mang phong vị thiền đượm màu sắc tâm linh, hay những nỗi khắc khoải riêng tây nào đó. Trong tập thơ mới nhất với nhan đề *Cúi Hôn Lên Tuổi Đã Từng*, chúng ta càng thấy rõ hơn điều ấy. Về mặt hình thức, có thể vẫn là thể loại lục bát truyền thống, song nhịp đi của nó khác đôi chút, với những tung tẩy khám phá, diễn đạt cách tân, khinh khoái và thoát sáo, không câu nệ việc gieo vần sao cho sát rạt.

Cá tính của một thi sĩ là thứ rất hệ trọng, vì nó sẽ xác lập giá thế ở đâu trên vũ đài thi ca. Giữa một xứ sở mà người làm thơ nhiều như nấm mọc sau mưa, thậm chí có người còn bảo Việt Nam là cường quốc thơ, thì một giọng điệu riêng là thứ cần phải có. Tôi dần dà nhận ra điều ấy ở Vỹ.

Cứ có gì hay ho, một bài thơ hay sự kiện văn nghệ tận đẩu tận đâu, Vỹ luôn chia sẻ cho tôi, và hai anh em say sưa bàn luận. Mỗi lần xuất bản sách, Vỹ luôn ưu ái dành tặng, nắn nót viết những dòng chữ bàng bạc yêu thương gửi đến người anh phương xa. Tôi tin rằng, với sức sáng tạo và làm việc tận hiến, Vỹ sẽ còn trình làng nhiều tác phẩm khác trong tương lai.

Trở lại với ý ở đầu bài, tôi nhận thấy bản thân mình và Nguyễn Quốc Vỹ là những tâm hồn thất lạc xót thương nhau giữa buổi hỗn quân hỗn quan, ma ma Phật Phật trên đất nước khổ đau này. Và những sẻ chia tình cảm cá nhân hay liên quan cụ thể đến địa hạt thơ ca là những lần "ta nghe như máu ân tình chảy" (vẫn thơ Tô Thùy Yên).

Ba Tri – Bến Tre, 07/2024
Lê Hoàng Tuấn Kiệt

S.N.76

Tôi tình cờ biết đến Vỹ khi tham gia một nhóm thơ trên Facebook, lúc ấy cả hai còn chưa kết nối và nói chuyện cùng nhau. Bài thơ đầu tiên của Vỹ mà tôi đọc là "lo toan", với câu mở đầu ấn tượng: *em cười, con mắt có đuôi*. Bản thân là người thích và viết lục bát, tôi có thiện cảm với tác giả. Đồng thời, Vỹ cũng hứng thú cách viết lục bát của tôi và dần dà, cả hai "kết bạn", trao đổi nhiều hơn. Có thể do tương đồng lối suy nghĩ trong cách làm thơ nói chung và, ở thể lục bát nói riêng, tôi được Vỹ mời góp vài lời trong bản thảo mới này.

Cá nhân tôi, cảm nhận đầu tiên về thơ của Vỹ, là lạ. Tôi đọc và viết lục bát, tuy không nhiều, nhưng đủ để nhận ra những hình ảnh, chủ đề, từ ngữ,… quen thuộc. Đến phiên đọc thơ Vỹ, tôi thấy nhiều cái mới, không chỉ qua cách dùng từ, sử dụng hình ảnh, biện pháp nghệ thuật,… mà còn nằm trong cách triển khai ý tưởng.

quàng chi nước mắt vai tôi
qua cơn âm ỉ, cũng rồi hiểu ra…

Chỉ ngay trong câu sáu, hình ảnh đã hiện lên khá hoàn chỉnh. Có buồn, có tha thiết mà lại không lụy, có sự trách móc lại chẳng giận hờn. Động từ "quàng" hiếm thấy đi cùng "nước mắt", sự kết hợp thích hợp vô cùng! Dùng số ít từ ngữ mà diễn tả được nhiều hình ảnh, không lê thê, dài dòng hay thừa mứa, đó là điều cả tôi và Vỹ luôn muốn hướng tới.

em còn ở đó, mình ên
tôi yên tâm để buồn tênh cõi trần...

Lúc đọc xong câu sáu, tôi chia sẻ với Vỹ rằng nếu là tôi, câu kế tiếp mình sẽ tiếp tục khai thác đối tượng "em", hướng đi có thể sẽ là:

em còn ở đó, mình ên
(nỗi buồn vẫn chất lên trên nỗi buồn).

cắp tay ẩn ngữ vào đời
lận lưng huyền bí sao trời mật ngôn
úm ba la chốn mù sương
vừng ơi! hé ánh thiên đường bén chân.

Đây là một trong số những đoạn dẫu đọc đi đọc lại, tôi khó để hiểu hết. Việc kết hợp hình ảnh, cách dùng từ và lối triển khai chủ đề khác biệt của Vỹ, vô hình trung tạo cảm giác tập thơ khó tiếp cận. Chỉ khi chuyện phiếm với tác giả, tôi mới phần nào hiểu nội dung mà Vỹ muốn truyền tải. Đây là điểm "chí mạng" gây xa cách, trở ngại cho ai chưa từng đọc qua thơ Vỹ, hoặc giả đã quen thuộc cái yên ả êm ái thơ Vỹ ngày nào.

Giữa vô vàn tư tưởng mới, lối viết đầy sáng tạo theo dòng chảy "hiện đại" đang rầm rộ hiện nay, lục bát nói riêng hay thơ Vỹ nói chung, theo tôi, chúng thuộc về cái cũ. Sự trói mình vào "cái cũ" mang tính chủ động ấy, tôi nhận ra cái cúi người tôn trọng điều quá vãng nơi tác giả. Buộc mình mà không rập khuôn, tìm những dang dở, chưa thành ở người cũ rồi phát triển nó, hạn chế "phá hoại" điều mình còn đang mơ hồ!

Dù chưa đạt đến sự cân bằng giữa cái tôi và thị hiếu chung, cá nhân tôi nhận thấy, đây là một cây bút có tâm với thể thơ truyền thống dân tộc.

Bạn có thể thích hoặc không thích, hiểu hoặc chưa hiểu những bài thơ trong *Cúi Hôn Lên Tuổi Đã Từng*; chỉ hi vọng bạn có thể tìm thấy đâu đó một vài ý, đôi câu thơ chạm đến tâm hồn thông qua việc tác giả "nói hộ" lòng mình.

S.N.76

Thiên Ngân

Bạn văn mình quen qua nhóm nhỏ văn thơ trên Facebook chuẩn bị ra sách mới, nhân đấy bảo mình "Muốn có kỉ niệm với bạn bè" nên hỏi ý mọi người để gửi bản thảo viết vài dòng giữ kỉ niệm với nhau, không cần nhiều chữ, chủ yếu vài cái tên cùng xuất hiện.

Mình luôn thích thơ Vỹ viết. Ngay từ khi biết nhau, mình cảm thấy bản thân còn "non", qua Vỹ mà mình "học" được nhiều cái hay từ thơ ca. Mình vốn thích thất ngôn, trong đó có thất ngôn của Vỹ, hơi tiếc rằng bây giờ Vỹ viết lục bát phần nhiều.

Ngoài Vỹ, mình còn quen một chị cũng làm thơ – đồng thời là bạn chung với Vỹ gần đây, cả nhóm có nhiều quan điểm tương đồng về thơ ca; ở mỗi người bạn, mình lại tìm thấy một điểm để hoàn thiện tác phẩm của mình hơn trong tương lai; riêng về những con chữ của Vỹ, lần đầu mình được tiếp xúc, cảm giác vừa mới lạ lại vừa hay ho, ngôn từ mang hơi hướm văn nói lẫn văn viết. Lời khen này mình trân trọng gửi đến "người bạn Face" sáu năm của mình đến hiện tại.

Cả nhóm bạn văn chương này có một nhóm nhắn tin chung, ai "thấy" được bài thơ nào đâu đó cõi Face, đều tự khắc chụp màn hình gửi vào, đợi đồng bọn cùng "mổ xẻ"; may mắn mọi người cùng tần số. Giờ, Vỹ bảo nhận bản thảo nhớ chê, càng nhiều càng tốt, không thích khen thì khó quá! Để khi nào nghĩ ra sẽ chê sau vậy! Chúc mừng Vỹ với tập thơ mới toanh.

Thiên Ngân

Giolangthang

Nếu như *Gom Nhặt Thành Con Sông* là những dòng thanh thoát như muốn bay khỏi thực tế nặng nề, con chữ như muốn ghì xuống thì ở đây (*Cúi Hôn Lên Tuổi Đã Từng*) đã buông xuôi được ít nhiều. Đủ để làm tách trà trong đêm trăng mà ngẫm nghĩ những điều đã qua. Ở tập thơ trước là giọt sương đọng lại trên phiến lá qua một đêm giá lạnh thì tập mới này chính là những tia nắng sớm mùa Đông. Cỡ chừng qua hàng vạn đêm dài trau chuốt thì con chữ biết bay rồi!

Quanh quẩn trong đó, đôi chỗ chưa rõ ràng thành hình, cũng đôi chỗ ghì nặng nhưng nhìn chung, cây bút đã được gọt giũa và thanh thoát hơn rất nhiều!

Giolangthang

Sỹ Liêm

Không như nhiều cây bút cùng thế hệ quyết liệt đổi mới hình thức, thử sức qua nhiều thể thơ từ tự do, tân hình thức, hậu hiện đại, đến thơ thị giác, thơ trình diễn,... thì tác giả vẫn ì ạch trung thành với các thể thơ vần luật như năm chữ, lục bát, bảy chữ, tám chữ,... Chẳng phải tác giả không muốn đổi mới, bằng cớ tập thơ trước, Vỹ đã trình vài bài thơ tự do, cùng các bài khác gom lại trên dưới mười lăm bài Vỹ gọi vui là "dịp trả nợ quỉ thần", dành cho những ai quan trọng thể thơ hơn nội dung thơ. Sau cùng tác giả vẫn quay về cái ê a điệu vần, bởi đó thuộc về cái tạng riêng mỗi người viết. Không giống các cây bút có sự qui hoạch kĩ càng lộ trình chữ nghĩa, chỉ việc đều bước in ấn, Vỹ cứ chầm chậm thay đổi từng chút ở từng cuốn nếu Vỹ "ngộ" ra được gì đó. Chẳng hạn tập thơ *Cúi Hôn Lên Tuổi Đã Từng*, toàn bộ phần thơ đều được viết thường ngay cả danh từ, địa danh vốn được qui định là "riêng" cần phải viết hoa. Điểm qua hai nét trước khi vào phần nội dung, để thấy rằng tác giả cứ chậm rãi, bình thản, có phần tự tin, mặc cho phải đánh đổi bằng thời gian, bằng những tác phẩm đã rồi, thì còn hơn để bạn đọc không ngạc nhiên trước mỗi tác phẩm mới của mình.

Cúi Hôn Lên Tuổi Đã Từng gồm hai phần chính: lục bát và các bài thuộc các thể thơ vần luật khác. Phần thơ lục bát chiếm số lượng quá nửa. Mang hình thức thơ vần điệu, nên đọc thơ Vỹ là đọc thơ tình, dù câu chữ có phần ý nhị, êm ả nhưng lại không thiếu đủ đầy gia vị đời thường. Một điểm nội dung, nhỏ thôi, đáng để nhắc đến, là sự xuất hiện của yếu tố tâm linh-tôn giáo. Không cần đợi đến *Cúi Hôn Lên Tuổi Đã Từng*, trước đấy Vỹ đã viết kha khá thơ mang phong vị thiền tính, qua tập này, may mắn cho Vỹ, cho cả tôi và bạn đọc, hệ thống ngôn từ thuộc những bài thơ hơi hướm Phật giáo không bị sa vào dạng thơ "răn dạy", cảm thán cuộc đời, không có các từ nghiệp quả, sân si,… làm ngán đường đến thơ Vỹ. Những từ khoác áo tâm linh, nếu xuất hiện, cũng là những từ luôn được dùng quen miệng, mang công dụng chấm phá nhẹ nhàng.

Sang tập thơ mới, ngôn từ trong thơ Vỹ có sự biến chuyển rõ nét. Chúng không còn quá nên thơ, đẹp đẹp, mà lẫn vào đấy một chút "sổ sàng" của ngôn ngữ nói. Việc phân bổ, chọn lựa ngôn ngữ nói có chủ ý, giúp nội dung thêm gần gũi, tránh bài thơ trở thành trang viết màu mè. Đọc, nghe cũng vui tai. Nhưng nếu muốn ngôn từ đèm đẹp, Vỹ vẫn có không ít bài cầu kì việc chọn chữ.

Về lối gieo vần, rất ít khi Vỹ sử dụng phần chính toàn bài, đa số là vần thông, riêng lục bát của Vỹ đọc lên rất thoáng, không bị bó buộc vào việc chọn vần sát rạt câu trước rồi kéo theo cả bài như trò chơi rập khuôn tìm vần. Vần thông đọc lên có hơi hướm vần chính, giúp mở rộng và gia tăng vốn từ cho người viết. Có thể ý thức được độ thoáng trong vần mà Vỹ tuyệt nhiên không dùng cưỡng vận cho thơ. Cách ngắt nhịp lục bát, thơ Vỹ có sự linh động theo từng bài.

Cả tập, phần lục bát, vỏn vẹn một bài gồm năm khổ (hai mươi câu); phần nhiều rơi vào khoảng ba khổ trở lại (từ bốn đến mười hai câu). Các thể thơ khác, xét mặt bằng chung, dài nhất là bài thuộc thể bảy chữ – mười hai khổ (bốn mươi tám câu). Thao tác tưởng chừng dư thừa, tôi chủ ý liệt kê hòng nhấn mạnh rằng thơ Vỹ từ ngắn đến rất ngắn. Chính vì ngắn, nhất là thể lục bát, sẽ tránh được ê a đẩy đưa từ câu này sang câu nọ, thậm chí sảy thanh. Vì ngắn, nên thơ chẳng có lớp lang trình tự hay thậm chí tính truyện, mà sẽ xuất hiện những vụt sáng, bất ngờ trong đường chữ, dù bị tách khỏi ngữ cảnh cũng không sợ ảnh hưởng đến tổng thể nội dung.

Lẽ ra, với tư cách người phác họa nội dung, tôi phải dẫn kèm đôi ba câu sau mỗi dẫn chứng, nhưng tôi thấy, công việc này tước đi sự tò mò cho bạn đọc do thơ Vỹ mặt bằng chung đã ngắn. Đi sâu hơn về tập thơ, hẳn còn nhiều nữa điều để phân tích, bàn luận.

Những ngày đầu viết thơ, Vỹ thường băn khoăn, nên hay không thơ có vần. Tôi trộm nghĩ, vấn đề không nằm ở hình thức (form) thơ, mà chỉ có hai ngả thơ hay hoặc thơ dở. Dùng hình thức để quyết định nội dung, là thao tác đọc rồi phân chia lỗi thời. Tác phẩm hay, nội dung sẽ quyết định được hình thức nó nên dạng. Trường hợp *Cúi Hôn Lên Tuổi Đã Từng*, tôi tin xứng đáng được đọc lại nhiều lần. Tôi thấy Vỹ đã bớt đắn đo và mong tác giả sẽ đi xa hơn.

Sỹ Liêm

tác giả

Người viết sắp có tuổi và đang chờ có tên. Ngoài tên thật **Nguyễn Quốc Vỹ**, còn kí bút danh Vy Thượng Ngã. Định mệnh đưa đẩy thành đời-viết-chờ-mặt-trời.

Phổ biến tác phẩm dưới hình thức tự xuất bản với số lượng hạn chế. Đã in 2 tập thơ và 1 tập truyện ngắn.

Nhân Ảnh

Liên lạc tác giả
Nguyễn Quốc Vỹ
Email: nguyenquocvy617@gmail.com

**Liên lạc
Nhà xuất bản Nhân Ảnh**
Email: han.le3359@gmail.com
(408) 722-5626

www.ingramcontent.com/pod-product-compliance
Lightning Source LLC
LaVergne TN
LVHW041707060526
838201LV00043B/617